Giấc Mơ Trường Sơn

TUỆ SỸ

GIẤC MƠ TRƯỜNG SƠN

(Tái bản có chỉnh sửa)

HƯƠNG TÍCH PHẬT VIỆT

GIẤC MƠ TRƯỜNG SƠN

Thơ TUỆ SỸ

An Tiêm xuất bản lần đầu, Paris – San José 2002
In lần hai tại Australia
Hương Tích Phật Việt tái bản tại Hoa Kỳ 2014, có hiệu chỉnh
Hương Tích Phật Việt tái bản tại Hoa Kỳ 2020

Biên tập: Hạnh Viên
Trình bày & bìa: Uyên Nguyên
Phụ bản: Đinh Cường

Mục lục

Ngược xuôi nhớ nửa cung đàn
Ai đem quán trọ mà ngăn nẻo về

MỘNG TRƯỜNG SINH

Đá mòn phơi nẻo tà dương
Nằm nghe nước lũ khóc chừng cuộc chơi
Ngàn năm vang một nỗi đời
Gió đưa cuộc lữ lên lời viễn phương
Đan sa rã mộng phi thường
Đào tiên trụi lá bên đường tử sinh
Đồng hoang mục tử chung tình
Đăm chiêu dư ảnh nóc đình hạc khô.

CÁNH CHIM TRỜI

Một ước hẹn đã chôn vùi tang tóc
Cánh chim trời xa mãi giữa lòng sâu
Nghe một nỗi hao mòn trong thoáng chốc
Một mùa thu một vạn tiếng kêu gào

Khuya còn lạnh sương mù và gió lốc
Thở hơi dài cát bụi cuốn chiêm bao
Bên cửa sổ bên kia đồi sao mọc
Một lần đi là vĩnh viễn con tàu.

Đi để nhớ những chiều pha tóc trắng
Mắt lưng chừng trông giọt máu phiêu lưu.

HƯƠNG NGÀY CŨ

Màu nắng xế ôi màu hương tóc cũ
Chiều trơ vơ chiều dạt mấy hồn tôi
Trời viễn mộng đọa đầy đi mấy thuở
Mộng kiêu hùng hay muối mặn giữa trùng khơi.

HOÀI NIỆM

Một đêm thôi mắt trầm sâu đáy biển
Hai bàn tay khói phủ tóc tơ xa
Miền đất đó trăng đã gầy vĩnh viễn
Từ vu vơ bên giấc ngủ mơ hồ

Một lần định như sao ngàn đã định
Lại một lần nông nổi vết sa cơ

Trời vẫn vậy vẫn mây chiều gió tĩnh
Vẫn một đời nghe kể chuyện không như
Vẫn sống chết với điêu tàn vờ vĩnh
Để mắt mù nhìn lại cõi không hư.

Một lần ngại trước thông già cung kỉnh
Chẳng một lần nhầm lẫn không ư?
Ngày mai nhé ta chờ mi một chuyến
Hai bàn tay khói phủ tóc tơ xa.

KHUNG TRỜI CŨ

Đôi mắt ướt, tuổi vàng cung trời hội cũ
Áo màu xanh không xanh mãi trên đồi hoang
Phút vội vã bỗng thấy mình du thủ
Thắp đèn khuya ngồi kể chuyện trăng tàn
Từ núi lạnh đến biển im muôn thuở
Đỉnh đá này và hạt muối đó chưa tan
Cười với nắng một ngày sao chóng thế
Nay mùa đông mai mùa hạ buồn chăng?
Đếm tóc bạc tuổi đời chưa đủ
Bụi đường dài gót mỏi đi quanh
Giờ ngó lại bốn vách tường ủ rủ
Suối rừng xa ngược nước xuôi ngàn.

MƯA CAO NGUYÊN

1.

Một con én một đoạn đường lây lất
Một đêm dài nghe thác đổ trên cao
Ta bước vội qua dòng sông biền biệt
Đợi mưa dầm trong cánh bướm xôn xao.

2.

Bóng ma gọi tên người mỗi sáng
Từng ngày qua từng tiếng vu vơ
Mưa xanh lên tóc huyền sương nặng
Trong giấc mơ lá dạt xa bờ.

3.

Người đứng mãi giữa lòng sông nhuộm nắng
Kể chuyện gì nơi ngày cũ xa xưa
Con bướm nhỏ đi về trong cánh mỏng
Nhưng về đâu một chiếc lá xa mùa

4.

Năm tháng vẫn như nụ cười trong mộng
Người mãi đi như nước chảy xa nguồn
Bờ bến lạ chút tự tình với bóng
Mây lạc loài ôi tóc cũ ngàn năm.

TÓC HUYỀN

Tang thương một dải tóc huyền
Bãi dâu ngàn suối mấy miền hoang vu
Gởi thân gió cuốn xa mù
Áo xanh cát trắng trời thu muộn màng
Chênh vênh hoa đỏ nắng vàng
Gót xiêu dốc núi vai mang mây chiều
Tóc huyền loạn cả nguyên tiêu
Lãng du ai ngỡ cô liêu bạc đầu.

HẬN THU CAO

Quì xuống đó nghe hương trời cát bụi
Đôi chân trần xuôi ảo ảnh về đâu
Tay níu lại những lần khân chìm nổi
Hận thu cao mây trắng bỗng thay màu
Ta sẽ rủ gió lùa trên tóc rối
Giọng ân tình năn nỉ bước đi mau

Còi rộn rã bởi hoang đường đã đổi
Bởi phiêu lưu ngày tháng vẫn con tàu
Vẫn lăn lóc với đá mòn dứt nối
Đá mòn ơi cười một thuở chiêm bao

Quì xuống nữa ngủ vùi trong cát bụi
Nửa chừng say quán trọ khóc lao xao
Tay níu nữa gốc thông già trơ trọi
Đứng bên đường nghe mối hận lên cao.

Nha Trang 1973

[23]

KẾT TỪ

Ngược xuôi nhớ nửa cung đàn
Ai đem quán trọ mà ngăn nẻo về.

GIẤC MƠ TRƯỜNG SƠN

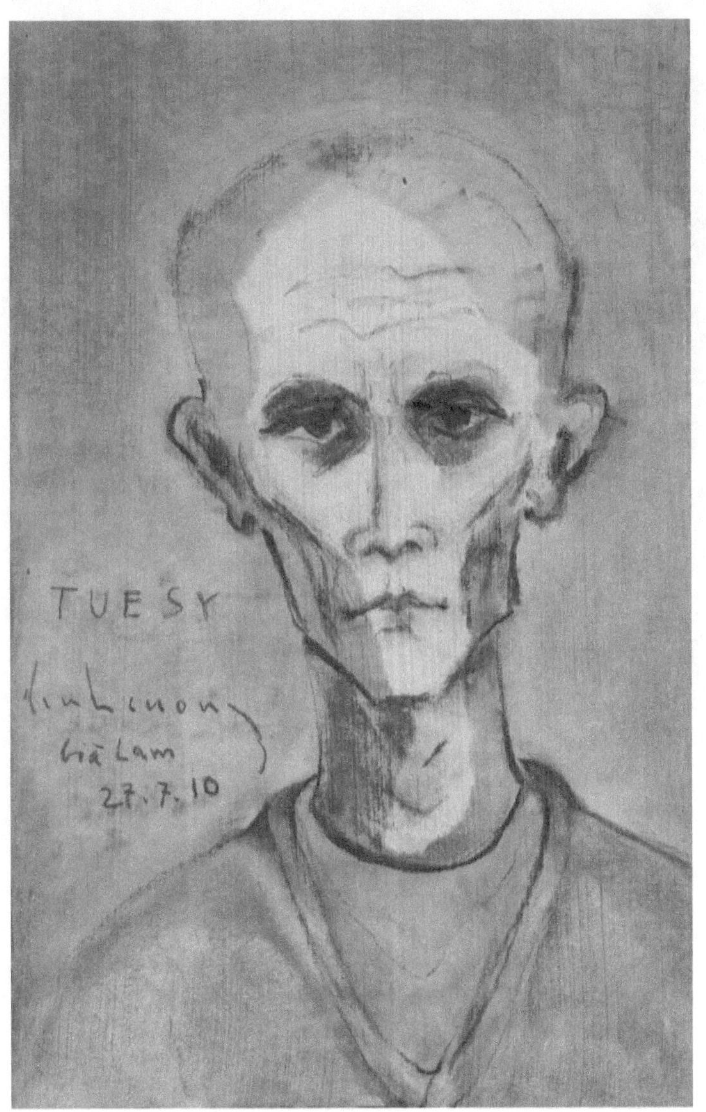

TUE SY
Gia Lam
27.7.10

TỰ TÌNH

Còn nghe được tiếng ve sầu
Còn yêu đốm lửa đêm sâu bập bùng
Quê người trên đỉnh Trường sơn
Cho ta gởi một nỗi hờn thiên thu.

Nha Trang 4/1975

NHỮNG NĂM ANH ĐI

Ngọn gió đưa anh đi mười năm phiêu lãng
Nhìn quê hương qua chứng tích điêu tàn
Triều Đông hải vẫn thì thầm cát trắng
Chuyện tình người và nhịp thở Trường sơn

Mười năm nữa anh vẫn lầm lì phố thị
Yêu rừng sâu nên khóe mắt rưng rưng
Tay anh vói trời cao chim chiều rủ rỉ
Đời lênh đênh thu cánh nhỏ bên đường

Mười năm sau anh băng rừng vượt suối
Tìm quê hương trên vết máu đồng hoang
Chiều khói nhạt như hồn ai còn hận tủi
Từng con sông từng huyết lệ lan tràn.

Mười năm đó anh quên mình sậy yếu
Đôi vai gầy từ thuở dựng quê hương
Anh cúi xuống nghe núi rừng hợp tấu
Bản tình ca vô tận của Đông phương.

Và ngày ấy anh trở về phố cũ
Giữa con đường còn rợp khói tang thương
Trong mắt biếc mang nỗi hờn thiên cổ
Vẫn chân tình như mưa lũ biên cương.

Nha Trang 4/1975

MỘT BÓNG TRĂNG GẦY

Nằm ôm một bóng trăng gầy
Vai nghiêng tủi nhục hờn lay mộng tàn
Rừng sâu mấy nhịp Trường sơn
Biển đông mấy độ triều dâng ráng hồng
Khóc tràn cuộc lữ long đong
Người đi còn một tấm lòng đơn sơ?

Máu người pha đỏ sắc cờ
Phương trời xẻ nửa giấc mơ dị thường
Quân hành đạp nát tà dương
Khúc ca du tử bẽ bàng trên môi
Tình chung không trả thù người
Khuất thân cho trọn một đời luân lưu.

Nha Trang 4/1975

LUỐNG CẢI CHÂN ĐỒI

Vác cuốc xuống chân đồi
Nắng mai hồng đôi môi
Nghiêng vai hờn tuổi trẻ
Máu đỏ rợn bên trời.

Sức yếu lòng đất cứng
Sinh nhai tủi nhục nhiều
Thân gầy tay cuốc nặng
Mắt lệ nóng tình yêu.

Thầy tóc trắng bơ vơ
Con mắt xanh đợi chờ
Đèn khuya cùng lẻ bóng
Khúc ruột rối đường tơ

Tuổi Thầy trông cánh hạc
Cánh hạc vẫn chốc mồng
Mắt con mờ ráng đỏ
Ráng đỏ lệ lưng tròng

Chân đồi xanh luống cải
Đời ta xanh viễn phương
Sống chết một câu hỏi
Sinh nhai lỡ độ đường.

Nha Trang 1975

ÁC MỘNG

Lại ác mộng bởi rừng khuya tàn bạo đấy
Thịt xương người vung vãi lối anh đi
Nhưng đáy mắt không căm thù đỏ cháy
Vì yêu em trên lá đọng sương mai

Anh chiến đấu nhọc nhằn như cỏ dại
Thoảng trông em tà áo mỏng vai gầy
Ôi hạnh phúc anh thấy mình nhỏ bé
Chép tình yêu trên trang giấy thơ ngây

Đời khách lữ biết bao giờ yên nghỉ
Giữa rừng khuya nằm đợi bóng sao Mai
Để một thoáng giấc mơ tàn kinh dị
Dáng em buồn bên suối nhỏ mây bay.

Rừng Vạn Giã 76

PHỐ TRƯA

Phố trưa nắng đỏ cờ hồng

Người yêu cát bụi đời không tự tình

Sầu trên thế kỷ điêu linh

Giấc mơ hoang đảo thu hình tịch liêu

Hận thù sôi giữa ráng chiều

Sông tràn núi lở nước triều mênh mông

Khói mù lấp kín trời đông

Trời ơi, tóc trắng rủ lòng quê cha

Con đi xào xạc tiếng gà

Đêm đêm trông bóng Thiên hà buồn tênh

Đời không cát bụi chung tình

Người yêu cát bụi quê mình là đâu?

NT. 4/1975

TA BIẾT

Ta biết mi bọ rùa
Gặm nhấm tàn dãy bí
Ta vì đời thiệt hơn
Khổ nhọc mòn tâm trí

Ta biết mi là dế
Cắn đứt chân cà non
Ta vì đời đổ lệ
Nên phong kín nỗi hờn

Ta biết mi là giun
Chui dưới tầng đất thẳm
Ta vì đời thiệt hơn
Đêm nằm mơ tóc trắng.

Rừng Vạn Giã 1976

CỎ DẠI VEN BỜ

Không vì đời quẫn bức
Nhưng vì yêu rừng sâu
Bước đường vẫn tủi nhục
Biết mình đi về đâu

Ta muốn đi làm thuê
Đời không thuê sức yếu
Ta mộng phương trời xa
Trời buồn mây nặng trĩu.

Ven bờ thân cỏ dại
Sức sống thẹn vai gầy
Tóc trắng mờ biên ải
Nỗi hờn mây không bay

Mây không trôi về bắc
Người mơ về Trường sơn
Nắng chiều rưng tủi nhục
Người trông trời viễn phương.

   Rừng Vạn Giã 76

MỘT THOÁNG CHIÊM BAO

Người mắt biếc ngây thơ ngày hội lớn
Khóe môi cười nắng quái cũng gầy hao
Như cò trắng giữa đồng xanh bất tận
Ta yêu người vì khoảnh khắc chiêm bao.

Rừng Vạn giã 1976

CUỐI NĂM

Lận đận năm chầy nữa
Sinh nhai ngọn gió rừng
Hàng cà phơi nắng lụa
Ngần ngại tiếng tha phương.

Rừng Vạn Giã 77

BẾP LỬA GIỮA RỪNG KHUYA

Ai biết mình tóc trắng
Vì yêu ngọn lửa tàn
Rừng khuya bên bếp lạnh
Ngồi đợi gió sang canh.

Rừng Vạn Giã 77

TỐNG BIỆT HÀNH

Một bước đường thôi nhưng núi cao
Trời ơi mây trắng đọng phương nào
Đò ngang neo bến đầy sương sớm
Cạn hết ân tình, nước lạnh sao?

Một bước đường xa, xa biển khơi
Mấy trùng sương mỏng nhuộm tơ trời
Thuyền chưa ra bến bình minh đỏ
Nhưng mấy nghìn năm tống biệt rồi.

Cho hết đêm hè trông bóng ma

Tàn thu khói mộng trắng Ngân hà

Trời không ngưng gió chờ sương đọng

Nhưng mấy nghìn sau ố nhạt nhòa

Cho hết mùa thu biệt lữ hành

Rừng thu mưa máu dạt lều tranh

Ta so phấn nhụy trên màu úa,

Trên phím dương cầm, hay máu xanh.

NT. 1977

CÂY KHÔ

Em xỏa tóc cho cây khô sầu mộng
Để cây khô mạch suối khóc thương nhau
Ta cúi xuống trên nụ cười chín mọng
Cũng mơ màng như phố thị nhớ rừng sâu.

Rừng Vạn Giã 77

ANH SẼ VỀ THĂM PHỐ CŨ

Mười năm sau anh sẽ về thăm phố cũ
Màu Trường sơn pha nắng rực trưa hè
Anh vẫn nhớ những con đường bụi đỏ
Và tình yêu trong ánh mắt rã rời.

Rừng Vạn Giã 77

NHÌN NGỌN NẾN KHUYA

Ta cúi xuống trên chân người bụi đỏ
Để nhìn sâu trong vết tích hoang đường
Ta sống lại trên môi cười rạng rỡ
Để nhìn sâu trong ngọn nến tàn canh.

NT. 1977

TRẦM MẶC

Anh ôm chồng sách cũ
Trầm mặc những đêm dài
Xót xa đời khách lữ
Mệnh yểu thế mà hay.

NT. 1977

NHỚ DƯƠNG CẦM

Tự hôm nào suối tóc ngọt lời ca
Tay em rung trên những phím lụa ngà
Thôi huyễn tượng xô người theo cát bụi
Vùng đất đỏ bàn chân ai bối rối
Đạp cung đàn sương ứa đọng vành môi
Đường xanh xanh phơn phớt nụ ai cười
Như tơ liễu ngại ngùng lay nắng nhạt

Lời tiễn biệt nói gì sau tiếng hát
Hỏi phương nào cho nguyện ước trường sơn
Lời em ca phong kín nhụy hoa hờn
Anh trĩu nặng núi rừng trong đáy mắt
Mờ phố thị những chiều hôn suối tóc
Bóng ai ngồi so phím lụa đàn xưa.

BÀI THƠ BỎ SÓT

(...)

Bóng tôi xa đêm dài phố thị
Nhớ con đường thơm ngọt môi em
Ôi là máu tủi hờn nô lệ
Bóng tôi mờ suối nhỏ đêm đêm.

Sàigòn 78

DẠ KHÚC

Tiếng ai khóc trong đêm trường uất hận
Lời ai ru trào máu lệ bi thương
Hồn ai đó đôi tay gầy sờ soạng
Là hồn tôi tìm dấu cũ quê hương.

Ai tóc trắng đìu hiu trên đỉnh tuyết
Bước chập chờn heo hút giữa màn sương
Viên đá cuội mấy nghìn năm cô quạnh
Hồn tôi đâu trong dấu tích hoang đường?

Sàigòn 78

TIẾNG GÀ GÁY TRƯA

Gà xao xác gọi hồn ta từ quá khứ
Về nơi đây cùng khốn với điêu linh
Hương trái đắng mùa thu buồn bụi cỏ
Ôi ngọt ngào đâu mái tóc em xinh

Từng tiếng lẻ loi buồn thống thiết
Nghe rộn ràng từ vết lở con tim
Từ nơi đó ta ghi lời vĩnh biệt
Nắng buồn ơi là đôi mắt ân tình

Còi xa vắng giữa trưa nào lạc lõng
Môi em hồng ta ước một vì sao
Trưa dài lắm nhưng lòng tay bé bỏng
Để vươn dài trên vừng trán em cao.

Sàigòn 78

TÌM EM
TRONG GIẤC CHIÊM BAO

Ta tìm em trong giấc chiêm bao
Nỗi buồn thu nhỏ hàng cây cao
Cháy đỏ mùa đông ta vẫn lạnh
Bóng tối vương đầy đôi mắt sâu

Yêu em dâng cả ráng chiều thu
Em đốt tình yêu bằng hận thù
Cháy đỏ mùa đông ta vẫn lạnh
Giấc mơ không kín dãy song tù.

    Trại giam X.4 Sàigòn 79

TIẾNG NHẠC VỌNG

Ta nhớ mãi ngày Đông tràn rượu ngọt
Ngày hội mùa ma quỷ khóc chơi vơi
Trưa phố thị nhạc buồn loang nắng nhạt
Chìm hư vô đáy mắt đọng ngàn khơi

Đây khúc nhạc đưa hồn lên máu đỏ
Bước luân hồi chen chúc cọng lau xanh
Xô đẩy mãi sóng vàng không bến đỗ
Trôi lênh đênh ma quỷ rắc tro tàn.

Vẫn khúc điệu tự ngàn xưa ám khói
Ép thời gian thành rượu máu trong xanh
Rượu không nhạt mà thiên tài thêm cát bụi
Thì ân tình ngây ngất cõi mong manh

Ôi tiết nhịp thiên tài hay quỷ mị
Xô hồn ta lảo đảo giữa tường cao
Trưa dài lắm ta luân hồi vô thủy
Đổi hình hài con mắt vẫn đầy Sao.

Trại giam X.4 Sàigòn 79

TÔI VẪN ĐỢI

Tôi vẫn đợi những đêm dài khắc khoải
Màu xanh xao trong tiếng khóc ven rừng
Trong bóng tối hận thù, tha thiết mãi
Một vì sao bên khóe miệng rưng rưng.

Tôi vẫn đợi những đêm đen lặng gió
Màu đen tuyền ánh mắt tự ngàn xưa
Nhìn hun hút cho dài thêm lịch sử
Dài con sông tràn máu lệ quê cha.

Tôi vẫn đợi suốt đời quên sóng vỗ
Quên những người xuôi ngược Thái bình dương
Người ở lại giữa vòng tay bạo chúa
Cọng lau gầy trĩu nặng ánh tà dương

Rồi trước mắt ngục tù thân bé bỏng
Ngón tay nào gõ nhịp xuống tường rêu
Rồi nhắm mắt ta đi vào cõi mộng
Như sương mai, như ánh chớp, mây chiều.

Sàigòn 78

NGỒI GIỮA THA MA

Lửa đã tắt từ buổi đầu sáng thế
Một kiếp người ray rứt bụi tro bay
Tôi ngồi mãi giữa tha ma mộ địa
Lạnh trăng tà lụa trắng trải rừng cây.

Khuya rờn rợn gió vèo run bóng quỷ
Quỷ run run hôn mãi lóng xương gầy
Khóc năn nỉ sao hình hài chưa rã
Để hồn tan theo đóm lửa ma trơi
Khi tâm tư chưa là gỗ mục
Lòng đất đen còn giọt máu xanh ngời.

Sàigòn 79

QUÁN TRỌ CỦA NGÀN SAO

Mắt em quán trọ của ngàn sao
Ngọt ngất hoang sơ ánh rượu đào
Pha loãng nắng tà dâng cát bụi
Ấm lòng khách lữ bước lao đao.

Mắt huyền thăm thẳm mượt đêm nhung
Mưa hạt long lanh rọi nến hồng
Sương lạnh đưa người xanh khói biển
Bình minh quán trọ nắng rưng rưng.

Trại giam Phan đăng Lưu, Sài gòn 79

BUỔI SÁNG TẬP VIẾT CHỮ THẢO

Sương mai lịm khói trà
Gió lạnh vuốt tờ hoa
Nhè nhẹ tay nâng bút
Nghe lòng rộn âm ba.

Sàigòn 80

THƯƠNG NHỚ

Mười lăm năm một bước đường

Đau lòng lữ thứ đoạn trường Cha ơi

Đêm dài tưởng tượng Cha ngồi

Gối cao tóc trắng rã rời thân con

Phù sinh một kiếp chưa tròn

Chiêm bao hạc trắng hãi hùng thiên cơ

Tuần trăng cũ nước tình cờ

Lạc loài du tử mắt mờ viễn phương

Tàn canh mộng đổ vô thường

Bơ vơ quán trọ khói sương đọa đày.

NT. 1976

BÀI CA CÔ GÁI TRƯỜNG SƠN

Nàng lớn lên giữa Quê hương đổ nát
Tay mẹ gầy mà đất sống hoang khô
Đàn em nhỏ áo chăn không đủ ấm
Tuổi trăng tròn quanh má đọng sương thu.

Nửa đêm lạnh tóc nàng hương khói nhạt
Bóng cha già thăm thẳm tận u linh
Tuổi hai mươi mà đêm dài sương phụ
Ngọn đèn tàn tang trắng phủ mông mênh.

Suốt mùa đông nàng ngồi thêu áo cưới
Đẹp duyên người mình vẫn phận rong rêu
Màu hoa đỏ tay ai nâng cánh bướm
Mà chân mình nghe cát bụi đìu hiu

Vào buổi sáng sao mai mờ khói hận
Nghe quanh mình lang sói gọi bình minh
Đàn trẻ nhỏ dắt nhau tìm xó chợ
Tìm tương lai tìm rác rưởi mưu sinh.

Từ những ngày Thái Bình dương dậy sóng
Quê hương mình khô quặn máu thù chung
Nàng không mơ buổi chiều phơi áo lụa
Mơ Trường Sơn vời vợi bóng anh hùng

Từ buổi ấy nghe tim mình thổn thức
Nàng yêu người dâng trọn khối tình chung
Không áo cưới mà âm thầm chinh phụ
Không chờ mong mà ước nguyện muôn trùng

Rồi từ đó tóc thề cao ước nguyện
Nên bàn chân mòn đá sỏi Trường Sơn
Thân bé bỏng dập dìu theo nước lũ
Suối rừng xa ánh mắt vọng hoa ngàn

Trường Sơn ơi bóng tùng quân ngạo nghễ
Phận sắn bìm lây lất với hoàng hôn
Quê hương ơi mấy nghìn năm máu lệ
Đôi vai gầy dâng trọn cả mùa xuân.

Sàigòn 1980

HẠ SƠN

Ngày mai sư xuống núi
Áo mỏng sờn đôi vai
Chuỗi hạt mòn năm tháng
Hương trầm lỡ cuộc say

Bình minh sư xuống núi
Tóc trắng hờn sinh nhai
Phương đông mặt trời đỏ
Mùa hạ không mây bay

Ngày mai sư xuống núi
Phố thị bước đường cùng
Sư ho trong bóng tối
Điện Phật trầm mông lung

Bình minh sư xuống núi
Khóe mắt còn rưng rưng
Vì sư yêu bóng tối
Ác mộng giữa đường rừng.

   Tháng 9/1983

TĨNH TỌA

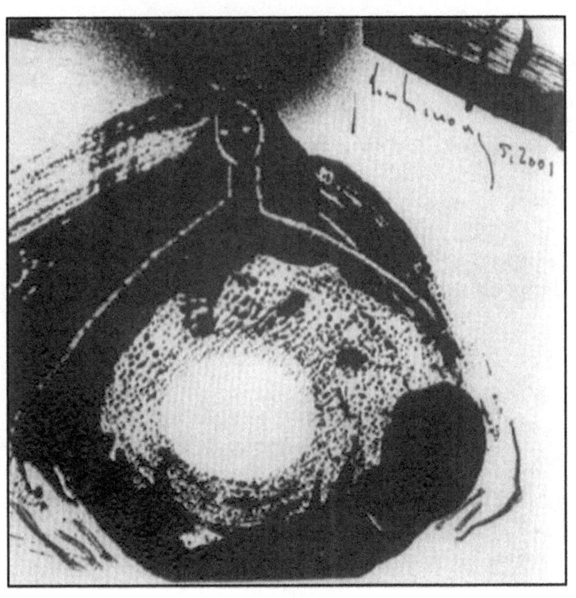

TRÚC VÀ NHỆN

1.

Nắng sớm in tường bạc
Trúc gầy ngả bóng xanh
Tâm tư lắng tĩnh mặc
Tơ nhện buông xuôi cành

2.

Trúc biếc che ngày nắng
Hương chiều đuổi mộng xa
Phương trời nhuộm ráng đỏ
Tóc trắng nhện tơ lòa

3.

Gió khẽ lay cành trúc
Hương vàng ánh nhện tơ
Buông rời giấc tịnh tọa
Nghe động phương trời xa

4.

Ngõ vào qua khóm trúc
Cửa khép vượt đường mây
Tá túc trăng hờn nhện
Nghiêng nghiêng áo lụa dài.

5.

Trúc già ngọn phơi phới
Trời hận tuôn mưa rào
Nặng trĩu tình tơ nước
Trúc già lặng cúi đầu.

BÌNH MINH

Tiếng trẻ khóc ngân vang lời vĩnh cửu
Từ nguyên sơ sông máu thắm đồng xanh
Tôi là cỏ trôi theo dòng thiên cổ
Nghe lời ru nhớ mãi buổi bình minh.

Buổi vô thủy hồn tôi từ đáy mộ
Uống sương khuya tìm sinh lộ viễn trình
Khi nắng sớm hôn nồng lên nụ nhỏ
Tôi yêu ai, trời rực sáng bình minh?

Đôi cò trắng yêu nhau còn bỡ ngỡ
Sao mặt trời thù ghét tóc nàng xinh?
Tôi lên núi tìm nỗi buồn đâu đó
Sao tuổi thơ không khóc buổi bình minh?

HẠT CÁT

Nữ vương ngự huy hoàng trong ráng đỏ
Cài sao hôm lấp lánh tóc mai
Bà cúi xuống cho đẹp lòng thần tử
Kìa, khách lạ, ngươi là ai?

Tôi sứ giả Hư vô
Xin gởi trong đôi mắt Bà
Một hạt cát.

TRĂNG

1.

Nhà đạo nguyên không khách
Quanh năm bạn ánh đèn
Thẹn tình Trăng liếc trộm
Bẽn lẽn núp sau rèm.

2.

Yêu nhau từ vạn kiếp
Nhìn nhau một thoáng qua
Nhà đạo nguyên không nói
Trăng buồn trăng đi xa.

LOẠN THỊ

Cắt gân máu chiêm bao quỉ hiện
Ai làm gì bên chiếc ghế mây
Vách tường trắng bàn tay năm ngón
Một bông hồng năm cánh đang xoay

Chồng gối cao không thấy mặt trời
Trên khung cửa con chim thắt cổ
Đàn kiến bò hạt cát đang rơi
Tôi nhắm mắt trầm ngâm ánh lửa.

VẾT RẠN

Áo lụa mỏng đẹp bờ vai thiếu phụ
Tóc nàng xanh chỉ nói một tình riêng
Tôi nhạc sỹ, nhưng âm đàn ngược gió
Nàng yêu chồng cho giấc ngủ bình yên.

Nắng lụa đỏ phủ tường rêu xám bạc
Lá cây xanh nghiêng xuống mắt mơ màng
Người có biết mặt trời kia sẽ tắt?
Tôi yêu người từ vết rạn thời gian.

MỘNG NGÀY

Ta cõi kiến đi tìm tiên động
Cõi trường sinh đàn bướm dật dờ.
Cóc và nhái lang thang tìm sống,
Trong hang sâu con rắn nằm mơ.

Đầu cửa động đàn ong luân vũ
Chị hoa rừng son phấn lẳng lơ.
Thẹn hương sắc lau già vươn dậy;
Làm tiên ông tóc trắng phất phơ.

Kiến bò quanh nhọc nhằn kiếm sống
Ta trên lưng món nợ ân tình.
Cũng định mệnh lạc loài Tổ quốc,
Cũng tình chung tơ nắng mong manh.

Ta hỏi kiến nơi nào cõi tịnh
Ngoài hư không có dấu chim bay,
Từ tiếng gọi màu đen đất khổ,
Thắp tâm tư thay ánh mặt trời?

Ta gọi kiến, ngập ngừng mây bạc;
Đường ta đi, non nước bồi hồi.
Bóc quá khứ, thiên thần kinh ngạc;
Cắn vô biên trái mộng vỡ đôi.

Non nước ấy trầm ngâm từ độ
Lửa rừng khuya yêu xác lá khô.
Ta đi tìm trái tim đã vỡ;
Đói thời gian ta gặm hư vô.

Sàigòn 1984

BỒI HỒI

Thời gian đi khấp khiểng
Để rụng phấn rơi hồng
Tơ nắng dài tâm sự
Bồi hồi mộng vẫn không.

BÀI CA CUỐI CÙNG

Chim trời xếp cánh
Hát vu vơ mấy tiếng trong lồng;
Nhớ mãi rừng cây thăm thẳm
Ủ tâm tư cho hạt thóc cay nồng
Rát bỏng với nỗi hờn khổ nhục
Nó nhịn ăn
Rồi chết gục.

Ta đã hát những bài ca phố chợ:
Người ăn mày kêu lịch sử đi lui
Chàng tuổi trẻ cụt chân từ chiến địa
Vỗ lề đường đoán mộng tương lai.

Lộng lẫy chiếc lồng son
Hạt thóc căng nỗi hờn
Giữa tường cao bóng mát
Âm u lời ca khổ nhục
Nó nhịn ăn
Và chết.

Ta đã hát bài ca của suối:
Gã anh hùng bẻ vụn mặt trời,
Gọi quỉ sứ từ âm ty kéo dậy,
Ngập rừng xanh lấp lánh ma trơi.

Đêm qua chiêm bao ta thấy máu,
Từ sông Ngân đổ xuống cõi người
Bà mẹ xoi tim con thành lỗ,
Móc bên trong hạt ngọc sáng ngời.

Lồng son hạt cơm trắng
Cánh nhỏ run uất hận
Tiếng hát lịm tắt dần
Nó đi về vô tận.

TĨNH THẤT
(2000 – 2001)

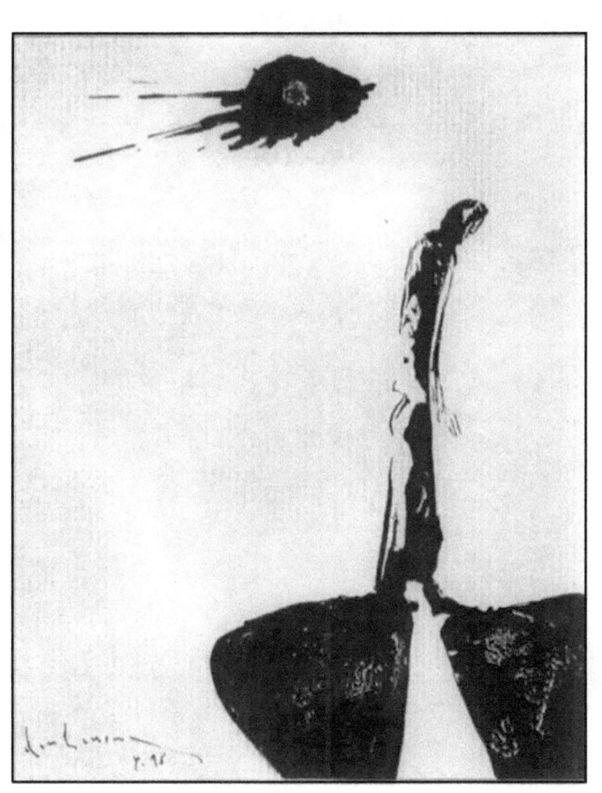

1.

Cho tôi một hạt muối tiêu
Bờ môi em nhạt nắng chiều lân la
Tôi đi chấn chỉnh sơn hà
Hồng rơi vách đá mù sa thị thành.

   Oct. 20

2.

Đến đi vó ngựa mơ hồ
Dấu rêu còn đọng trên bờ mi xanh

3.

Nghìn năm trước lên núi
Nghìn năm sau xuống lầu
Hạt cải tròn con mắt
Dấu chân người ở đâu?

4.

Ta không buồn

còn ai buồn hơn nữa?

Người không đi

sông núi có buồn đi?

Tia nắng mỏng soi mòn khung cửa;

Để ưu phiền nhuộm trắng hàng mi.

Ta lên bờ

nắng vỗ bờ róc rách

Gió ở đâu mà sông núi thì thầm?

Kìa bóng cỏ nghiêng mình che hạt cát

Ráng chiều xa, ai thấy mộ sương dầm?

5.

Lon sữa bò nằm im bên chợ
Con chó lạc
đến vỗ nhịp
trời mưa.
Tôi lang thang
đi tìm cọng cỏ
Nó nhìn tôi
vô tư.

6.

Thuyền ra khơi, có mấy tầng tâm sự?
Nắng long lanh, bóng nước vọt đầu ghềnh.

7.

Trời cuối thu se lạnh
Chó giỡn nắng bên hè
Nắng chợt tắt
Buồn lê thê.

8.
Lời rao trong ngõ hẽm:
Đồng hồ điện!
Cầu dao!
Công tắc!
Những lời rao chợt đến chợt đi
Một trăm năm mưa nắng ra gì
Cánh phượng đỏ đầu hè, ai nhặt.

9.

Nghe luyến tiếc như sao trời mơ ngủ
Đêm mênh mông để lạc lối phù sinh
Ánh điện đường vẫn nhìn trơ cửa sổ
Ngày mai đi ta vẽ lại bình minh.

10.

Để trong góc tim một quả xoài,
Khi buồn vớ vẩn lấy ra nhai
Hỏi người năm cũ đi đâu hết?
Còn lại mình ta trên cõi này.

Anh vẽ hình tôi, quên nửa hình
Nửa nằm quán trọ, nửa linh đinh
Nửa trên thiên giới, quần tiên hội,
Nửa thức đêm dài, ôi u minh.

11.

Lặng lẽ nằm im dưới đáy mồ;
Không trăng không sao mộng vẫn vơ.
Tại sao người chết, tình không chết?
Quay mấy vòng đời, môi vẫn khô.

12.

Một hai ba
những ngày quên lãng
Tôi vùi đầu trong lớp khói mù
Khói và bụi
chen nhau thành tư tưởng
Nhưng bụi đường lêu lỏng bến thâm u.

13.

Bỏ mặc đàn bò đôi mắt tình diệu vợi,
Ta lên trời, làm Chúa Cả Hư Vô.
Nhìn xuống dưới mặt đất dày khói thuốc;
Loài người buồn cho chút nắng hong khô.

14.
Giữa Thiên đường rong chơi lêu lổng.
Cõi vĩnh hằng mờ nhạt rong rêu.
Ta đi xuống quậy trần hoàn nổi sóng;
Đốt mặt trời vô hạn cô liêu.

15.

Con trâu trắng thẫn thờ góc phố
Nỗi hoài hương nhơi mãi nhúm trăng mòn
Đám sẻ lạnh gật gù trên mái đỏ;
Sương chiều rơi có thấy lạnh nhiều hơn?
Một chuỗi rắn rình mò trong hẻm nhỏ
Không bụi đường đâu có chỗ đi hoang?

16.
Bứt cọng cỏ
Đo bóng thời gian
Dài mênh mang

17.

Cho xin chút hạt buồn thôi;
Để cho ngọn gió lên đồi rắc mưa.
Gió qua ngõ phố mập mờ;
Mưa rơi đâu đó mấy bờ cỏ lau.
Nắng trưa phố cổ úa màu,
Tôi đi qua mộng đồi cao giật mình.

18.

Lão già trên góc phố
Quằn quại trời mưa dông
Áo lụa gầy hoa đỏ
Phù du rụng xuống dòng

19.

Anh đi để trống cụm rừng
Có con suối nhỏ canh chừng sao Mai
Bóng anh dẫm nát điện đài

20.

Ôi nỗi buồn
Thần tiên vĩnh cửu
Nhớ luân hồi
Cát bụi đỏ mắt ai.

21.

Tiếng muỗi vo ve
Người giật mình tỉnh giấc
Ngoài xa kia
Ai đang đi?

Nước lũ tràn
Em nhỏ chết đuối
Tôi ngồi trên bờ
Vuốt ngọn cỏ mơ.

22.
Người hận ta
Bỏ đi trong thiên hà mộng du
Bóng thiên nga bơ vơ.

Nghìn năm sau
Trong lòng đất sâu
Thắm hạt mưa rào
Giọt máu đổi màu.

23.

Hoang vu
Cồn cát cháy
Trăng mù

Hoang vu
Cồn cát
Trăng mù

Cỏ cây mộng mị
Cơ đồ nước non

24.

Người đi đâu bóng hình mòn mỏi
Nẻo tới lui còn dấu nhạt mờ
Đường lịch sử
Bốn nghìn năm dợn sóng
Để người đi không hẹn bến bờ.

25.

Gió cao bong bóng vỡ
Mây sương rải kín đồng
Thành phố không buồn ngủ
Khói vỗ bờ hư không

26.

Đàn cỏ đứng gập ghềnh không ngủ
Ngóng chân trời con mắt u linh
Chân trời sụp ngàn cây bóng rủ
Cổng luân hồi mở rộng bình minh.

27.
Chờ dứt cơn mưa ta vô rừng
Bồi hồi nghe khói lạnh rưng rưng.
Ngàn lau quét nắng lùa lên tóc;
Ảo ảnh vô thường, một thoáng chưng?

Mùng 1 Tân Tỵ

28.

Ơ kìa, nắng đỏ hiên chùa
Trăng non rỏ máu qua mùa mãn tang
Áo thầy bạc thếch bụi đường
Khói rêu ố nhạt vách tường dựng kinh.

29.

Người không vui, ta đi về làm ruộng
Gieo gió xuân chờ đợi mưa hè
Nghe cóc nhái gọi dồn khe suối
Biết khi nào phố chợ chắn bờ đê.

   Mùng 1 tháng Giêng

30.
Thao thức đêm khuya trộm bóng ma.
Ẩn tình khách trọ, nến đâm hoa.
Chồi mai trẩy lá, mùa xuân đợi.
Đã quá mùa xuân ánh điện nhòa.

31.

Ơi người cắt cỏ ở bên sông,
Nước cuộn ngoài khơi có bận lòng?
Phấn liễu một thời run khóe mọng;
Hương rừng mờ nhạt rải tầng không.

32.

Khói ơi bay thấp xuống đi
Cho ta nắm lại chút gì thanh xuân
Ta đi trong cõi Vĩnh hằng
Nhớ tàn cây nhỏ mấy lần rụng hoa.